શિયાળ અને બગલી
- ઈસોપની એક દંતકથા

The Fox and the Crane
- an Aesop's Fable

retold by Dawn Casey

illustrated by Jago

Gujarati translation by Bhadra Patel

Fox started it. He invited Crane to dinner. . .
When Crane arrived at Fox's house she saw dishes
of every colour and kind lined the shelves.
Big ones, tall ones, short ones, small ones.
The table was set with two dishes. Two flat shallow dishes.

શરૂઆત શિયાળે કરી. તેણે બગલીને જમવાનું નોતરું આપ્યું...
જ્યારે બગલી શિયાળને ઘેર પહોંચી ત્યારે તેણે જોયું તો જાતજાતનાં રંગ
અને ભાતભાતના આકારવાળાં વાસણ અભેરાઈ પર ગોઠવેલાં પડ્યાં
હતાં. મોટા, લાંબાં, ટૂંકાં, નાનાં - બધી જ જાતનાં વાસણ ત્યાં હતાં.
મેજ પર બે વાસણ ગોઠવેલાં હતાં. બે સપાટ, છીછરાં વાસણ.

બગલીએ પોતાની લાંબી પાતળી ચાંચ મારી પીવાનો પ્રયત્ન કર્યો.
પણ ગમે તેટલી મહેનત કરવા છતાયં સૂપનું એક ટીપું પણ તે પી શકી નહી.

Crane pecked and she picked with her long thin beak. But no matter
how hard she tried she could not get even a sip of the soup.

બગલીને સૂપ પીવા માટે મથામણ કરતી જોઈને શિયાળ તેના પર હસવા લાગ્યો. પોતાના સૂપનું વાસણ તે મોઢા સુધી લઇ ગયો અને **સિપ, સ્લોપ, સ્લર્પે** કરતોકને બધું સૂપ લબલબ પી ગયો. "આહહહ, કેટલું સ્વાદિષ્ટ!" પોતાના પંજાથી મૂછો લૂછતાં તે બગલીને ચીડવવા લાગ્યો.

"અરે બગલી, તું તો તારા સૂપને અડી પણ નથી," ખોટું ખોટું હસતાં શિયાળો કહ્યું. "મને ખરેખર બહુ જ દુઃખ થાય છે કે તને સૂપ ન ભાવ્યું," હસવા સાથે છીંકોટો ન નીકળી જાય તેની સંભાળ લેતાં તેણે ઉમેર્યું.

Fox watched Crane struggling and sniggered. He lifted his own soup to his lips, and with a SIP, SLOP, SLURP he lapped it all up. "Ahhhh, delicious!" he scoffed, wiping his whiskers with the back of his paw. "Oh Crane, you haven't touched your soup," said Fox with a smirk. "I AM sorry you didn't like it," he added, trying not to snort with laughter.

બગલી કંઈ ન બોલી. તેણે સૂપ તરફ જોયું. તેણે વાસણ તરફ જોયું. તેણે શિયાળ સામે જોયું, અને સ્મિત કર્યું.

"શિયાળભાઇ, તમારી મમતા બદલ આભાર," બગલીએ નમ્રતાથી કહ્યું. "કૃપા કરી મને પણ તમારી મહેમાનગીરી વાળવાનો મોક્કો આપો - હવે તમે મારે ત્યાં જમવા આવજો."

શિયાળ બગલીને ત્યાં પહોંચ્યો ત્યારે તેના ઘરની બારી ખુલ્લી હતી. અંદરથી મજેદાર સુગંધ આવી રહી હતી. શિયાળે પોતાનું નાક ઊંચું કરી અને સુગંધ માણી. તેના મોઢામાં પાણી આવ્યું. તેના પેટમાં કુરકુરિયાં બોલવાં લાગ્યાં. તેણે હોઠ પર જીભ ફેરવી.

Crane said nothing. She looked at the meal. She looked at the dish. She looked at Fox, and smiled.
"Dear Fox, thank you for your kindness," said Crane politely. "Please let me repay you – come to dinner at my house."

When Fox arrived the window was open. A delicious smell drifted out. Fox lifted his snout and sniffed. His mouth watered. His stomach rumbled. He licked his lips.

"અરે, શિયાળભાઈ આવો, આવો, અંદર આવો," બગલીએ પોતાની પાંખ મોહકતાથી ફેલાવતાં શિયાળને આવકાર આપ્યો.
શિયાળ ધક્કો મારી અંદર દાખલ થયો. તેણે જાતજાતનાં રંગનાં અને ભાતભાતના આકારનાં વાસણ અભેરાઈ પર ગોઠવેલાં જોયાં. લાલ, ભૂરાં, જૂનાં, નવાં - બધી જ જાતનાં વાસણ ત્યાં હતાં.
મેજ પર બે વાસણ ગોઠવેલાં હતાં.
બે લાંબાં, પાતળાં વાસણ.

"My dear Fox, do come in," said Crane,
extending her wing graciously.
Fox pushed past. He saw dishes of
every colour and kind lined the shelves.
Red ones, blue ones, old ones, new ones.
The table was set with two dishes.
Two tall narrow dishes.

શિયાળે પોતાના નાનકડા ટૂંકા મોઢા વડે ચાટવાનો અને લબલબ
ખાવાનો પણ પ્રયત્ન કર્યો. પણ ગમે તેટલી મહેનત કરવા
છતાંય એક કોળિયો પણ તે ન ભરી શક્યો.

Fox licked and he lapped with his short little snout.
But no matter how hard he tried he could not
get even a mouthful of the meal.

બગલી પોતાનું જમણ ધીરેધીરે ખાતી એકેએક કોળિયો માણી રહી.
"શિયાળભાઈ, તમે આવ્યા તે બદલ તમારો ખૂબ આભાર," તેણે સ્મિત
કર્યું, "તમારી મહેમાનગીરી હું વાળી શકી તેનો મને આનંદ છે."

શિયાળના પેટમાં ગડગડાટ અને ભડભડાટ થતો હતો.
અને તે જ્યારે ઘેર પહોંચ્યો, ત્યારે તે હજુ ભૂખ્યો જ હતો.

Crane ate her meal very slowly, savouring every mouthful.
"Dear Fox, thank you so much for coming," she smiled,
"it has been a pleasure to repay your kindness."

Fox's tummy gurgled and grumbled.
And when he went home, he was still hungry.

The Fox and the Crane

Writing Activity:
Read the story. Explain that we can write our own fable by changing the characters.

Discuss the different animals you could use, bearing in mind what different kinds of dishes they would need! For example, instead of the fox and the crane you could have a tiny mouse and a tall giraffe.

Write an example together as a class, then give the children the opportunity to write their own. Children who need support could be provided with a writing frame.

Art Activity:
Dishes of every colour and kind! Create them from clay, salt dough, play dough… Make them, paint them, decorate them…

Maths Activity:
Provide a variety of vessels: bowls, jugs, vases, mugs… Children can use these to investigate capacity:

Compare the containers and order them from smallest to largest.

Estimate the capacity of each container.

Young children can use non-standard measures e.g. 'about 3 beakers full'.

Check estimates by filling the container with coloured liquid ('soup') or dry lentils.

Older children can use standard measures such as a litre jug, and measure using litres and millilitres. How near were the estimates?

Label each vessel with its capacity.

The King of the Forest

Writing Activity:
Children can write their own fables by changing the setting of this story. Think about what kinds of animals you would find in a different setting. For example how about 'The King of the Arctic' starring an arctic fox and a polar bear!

Storytelling Activity:
Draw a long path down a roll of paper showing the route Fox took through the forest. The children can add their own details, drawing in the various scenes and re-telling the story orally with model animals.

If you are feeling ambitious you could chalk the path onto the playground so that children can act out the story using appropriate noises and movements! (They could even make masks to wear, decorated with feathers, woollen fur, sequin scales etc.)

Music Activity:
Children choose a forest animal. Then select an instrument that will make a sound that matches the way their animal looks and moves. Encourage children to think about musical features such as volume, pitch and rhythm. For example a loud, low, plodding rhythm played on a drum could represent an elephant.

Children perform their animal sounds. Can the class guess the animal?

Children can play their pieces in groups, to create a forest soundscape.

જંગલનો રાજા
- ચીનની એક દંતકથા

The King of the Forest
- a Chinese Fable

retold by Dawn Casey

illustrated by Jago

Gujarati translation
by Bhadra Patel

શિયાળ જંગલમાં ફરતો હતો, ત્યાં તેને લાંબા ઘાસમાં કંઈક ફરકતું હોય તેવું સંભળાયું.

સળવળાટ મોટું કંઈક.

ટમટમાટ પીળી આંખોવાળું કંઈક.

ચકચકાટ ચપ્પૂ જેવા ધારદાર દાંતવાળું કંઈક.

Fox was walking in the forest when he heard something moving in the long grass.

RUSTLE Something big.

BLINK Something with yellow eyes.

FLASH Something with teeth like knives.

"નમસ્તે નાનકડા શિયાળ," મોઢું મલકાવતો વાઘ બોલ્યો, અને તેના મોઢામાં શિયાળને દાંત સિવાય કશું જ ન દેખાયું. શિયાળ થૂંક ગળી ગયો.

"હું તને મળીને ખુશ થયો છું," ઘુરઘુર કરતો વાઘ બોલ્યો, "મને હવે ભૂખ લાગવા માંડી જ હતી." શિયાળે ઝડપથી વિચાર કરી લીધો. "મને એવું કહેનાર તું કોણ?" તેણે કહ્યું. "તને ખબર નથી કે હું જંગલનો રાજા છું?"

"તું! જંગલનો રાજા?" વાઘે કહ્યું, અને પછી તે જોરજોરથી હસવા લાગ્યો.

"તને માનવામાં ન આવતું હોય," મોભાથી શિયાળે જવાબ આપ્યો, "તો મારી પાછળ પાછળ ચાલ અને પછી તું જોજે - બધાં મારાથી કેવાં ડરે છે."

"એ તો મારે જોવું જ પડશે," વાઘે કહ્યું.

એટલે શિયાળ જંગલમાં આરામથી ટહેલ કરવા લાગ્યો. તેની પાછળ ગર્વથી વાઘ ચાલ્યો, પોતાની પૂછડી ટટ્ટાર ઊભી રાખીને, પણ થોડેક સુધી જ…

"Good morning little fox," Tiger grinned, and his mouth was nothing but teeth.
Fox gulped.
"I am pleased to meet you," Tiger purred. "I was just beginning to feel hungry."
Fox thought fast. "How dare you!" he said. "Don't you know I'm the King of the Forest?"
"You! King of the Forest?" said Tiger, and he roared with laughter.
"If you don't believe me," replied Fox with dignity, "walk behind me and you'll see – everyone is scared of me."
"This I've got to see," said Tiger.
So Fox strolled through the forest. Tiger followed behind proudly, with his tail held high, until…

સ્ક્વોક!
એક વાંકી ચાંચવાળું મોટું બાજ પક્ષી! પણ બાજ પક્ષી વાઘ
પર એક નજર નાખતુંક ને ઝાડમાં ઊડી ગયું.
"જોયું?" શિયાળે કહ્યું. "બધાં મારાથી ડરે છે!"
"માની નથી શકાતું!" વાઘે કહ્યું.
શિયાળ જંગલમાં વટથી ચાલવા લાગ્યો. વાઘ તેની પાછળ
પાછળ ધીરેધીરે ચાલતો રહ્યો, પણ તેની પૂછડી જરા નમેલી
હતી, પણ થોડેક સુધી જ...

SQUAWK!
A huge hook-beaked hawk! But the hawk took
one look at Tiger and flapped into the trees.
"See?" said Fox. "Everyone is scared of me!"
"Unbelievable!" said Tiger.
            Fox strode on through the forest.
                Tiger followed behind lightly,
                with his tail drooping slightly,
                until...

ગ્રાઉલ!

એક મોટું કાળું રીંછ! પણ રીંછ વાઘ પર એક નજર નાખતુંક ને ઝાડીમાં ભટકાતું ભાગ્યું.

"જોયું?" શિયાળે કહ્યું. "બધાં મારાથી ડરે છે!"

"વિશ્વાસ નથી બેસતો!" વાઘે કહ્યું.

હવે શિયાળ ધપધપ કરતું જંગલમાં ચાલવા લાગ્યું. વાઘ તેની પાછળ પાછળ નમ્રતાથી ચાલતો રહ્યો, પણ તેની પૂછડી જમીન પર ઘસડાતી હતી, પણ થોડેક સુધી જ...

GROWL!

A big black bear! But the bear took one look at Tiger and crashed into the bushes.

"See?" said Fox. "Everyone is scared of me!"

"Incredible!" said Tiger.

Fox marched on through the forest. Tiger followed behind meekly, with his tail dragging on the forest floor, until…

હસ્સસસસસ!
એક લસકણો સુંદર સાપ! પણ સાપ વાઘ પર એક નજર નાખતોક ને ઝાંખરાંમાં સરકી ગયો.
"જોયું?" શિયાળે કહ્યું. "બધાં મારાથી ડરે છે!"

HISSSSSSS!
A slinky slidey snake! But the snake took one look at Tiger and slithered into the undergrowth.
"SEE?" said Fox. "EVERYONE IS SCARED OF ME!"

"હા હું જોઉ છું," વાઘે કહ્યું, "તમે જંગલના રાજા છો અને હું તમારો નમ્ર સેવક છું."
"બસ તો," શિયાળે કહ્યું. "તો હવે ટળ અહીંથી!"

અને વાઘ ત્યાંથી જ તો રહ્યો, બે પગ વચ્ચે પૂંછડી દબાવતો.

"I do see," said Tiger, "you are the King of the Forest and I am your humble servant."
"Good," said Fox. "Then, be gone!"

And Tiger went, with his tail between his legs.

"જંગલનો રાજા," મનમાંમનમાં મલકતાં શિયાળ બોલ્યો. મલકાટ કરતાંકરતાં તે મુસકાવા લાગ્યો, અને મુસ્કાટ કરતાંકરતાં તે ખીખી હસવા લાગ્યો.

"King of the Forest," said Fox to himself with a smile. His smile grew into a grin, and his grin grew into a giggle, and Fox laughed out loud all the way home.

To my Nana, with love - DC
For my wife, Alex - J

First published in 2006 by Mantra Lingua Ltd
Global House, 303 Ballards Lane
London N12 8NP
www.mantralingua.com

Text copyright © 2006 Dawn Casey
Illustration copyright © 2006 Jago
Dual language copyright © Mantra Lingua Ltd
All rights reserved

A CIP record for this book is available from the British Library